Impressum

Verlag: BABADADA GmbH, Nedderfeld 112 , 22529 Hamburg

Geschäftsführer / Verlagsleitung: Harald Hof

Druck: Books on Demand GmbH, In de Tarpen 42, 22848 Norderstedt

Imprint

Publisher: BABADADA GmbH, Nedderfeld 112 , 22529 Hamburg, Germany

Managing Director / Publishing direction: Harald Hof

Print: Books on Demand GmbH, In de Tarpen 42, 22848 Norderstedt

學校
shule

教室
sajili

除
kugawanya

186/2

校園
eneo la shule

黑板
ubao

老師
mwalimu

紙
karatasi

書寫
kuandika

筆
kalamu

辦公桌
dawati

直尺
rula

書
kitabu

學生
mwanafunzi

書包
mkoba

鉛筆盒
kikasha cha penseli

鉛筆
penseli

削鉛筆機
kichonga penseli

橡皮擦
mpira

畫板
pedi ya kuchora

圖畫
uchoraji

畫筆
brashi ya rangi

顏料盒
sanduku la rangi

剪刀
mkasi

膠水
gundi

練習冊
daftari

家庭作業
kazi ya nyumbani

數字
nambari

加
jumlisha

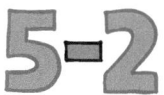

減
ondoa

乘
zidisha

計算
kokotoa

字母
barua

字母表
alfabeti

字
neno

課文
maandishi

讀
kusoma

粉筆
chaki

上課
somo

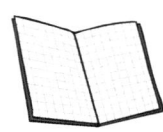

登記
sajili

考試
uchunguzi

證書
cheti

校服
sare za shule

教育
elimu

百科全書
elezo

大學
chuo kikuu

顯微鏡
darubini

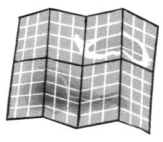

地圖
ramani

廢紙簍
kikapu cha kuweka karatasi chafu

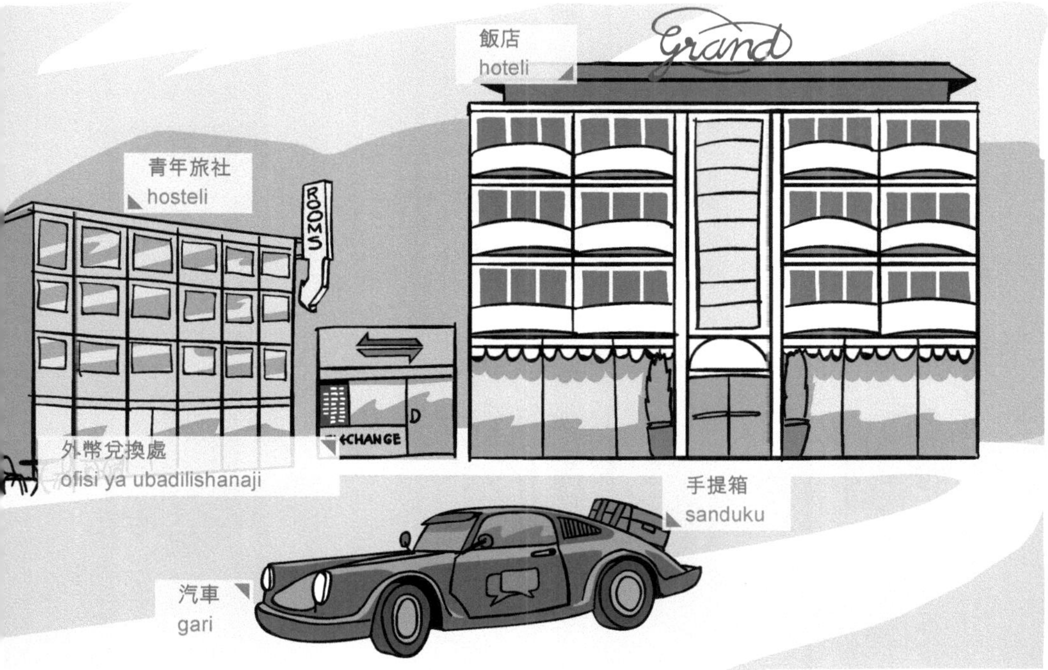

飯店
hoteli
Grand
青年旅社
hosteli
ROOMS
外幣兌換處
ofisi ya ubadilishanaji
CHANGE
手提箱
sanduku
汽車
gari

語言

lugha

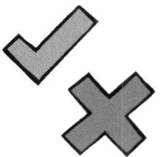

是/否

ndiyo / la

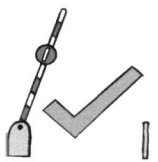

好的

sawa

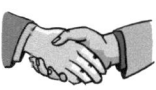

您好

hujambo

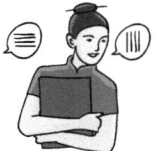

翻譯人員

mtafsiri

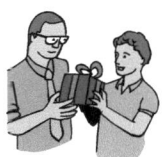

謝謝

Asante

……多少錢？

kiasi gani ni ...?

我不明白

Sielewi

問題

tatizo

晚上好！

Jioni njema!

早上好！

Habari za asubuhi!

晚安！

Usiku mwema!

再見

kwa heri

方向

mwelekeo

行李

mizigo

包

mfuko

背包

shanta

客人

mgeni

房間

chumba

睡袋

begi la kulalia

帳篷

hema

旅行資訊
taarifa ya utalii

海灘
ufuo

信用卡
kadi

早餐
kifunguakinywa

午餐
chakula cha mchana

晚餐
chakula cha jioni

票
tiketi

電梯
kuinua

郵票
muhuri

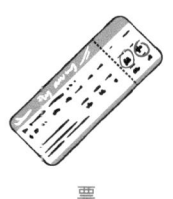

邊界
mpaka

海關
mila

大使館
ubalozi

簽證
visa

護照
pasipoti

交通運送

usafiri

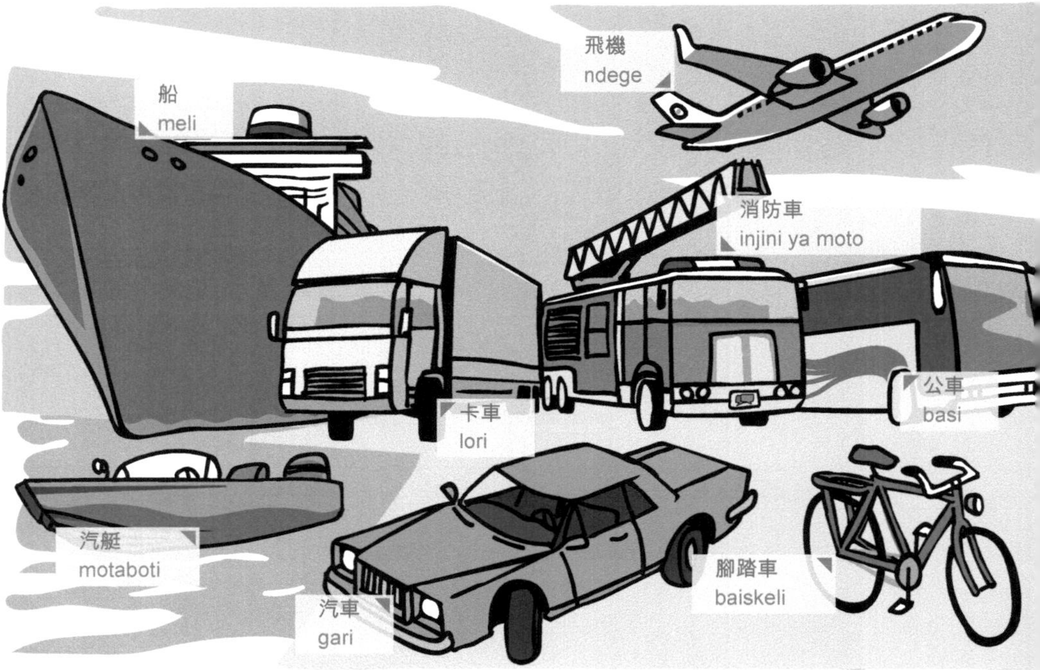

飛機
ndege
船
meli
消防車
injini ya moto
公車
basi
卡車
lori
汽艇
motaboti
腳踏車
baiskeli
汽車
gari

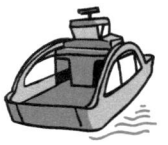

渡輪

feri

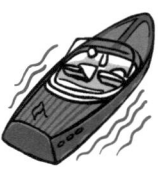

小船

mashua

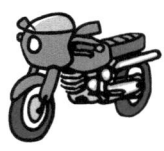

機車

pikipiki

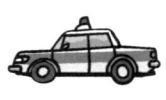

警車

gari la polisi

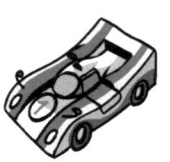

賽車

gari la mashindano

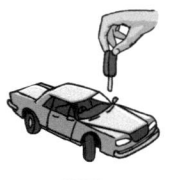

租車

gari la kukodisha

拼車
kushiriki gari

拖車
lori la kuvuta

垃圾車
ukusanyaji taka

馬達
motor

汽油
mafuta

加油站
kituo cha mafuta

交通標識
ishara trafiki

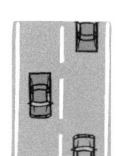

交通
trafiki

交通堵塞
msongamano

停車場
maegesho

火車站
kituo cha treni

軌道
reli

火車
garimoshi

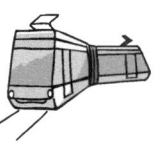

路面電車
tremu

客車廂
gari la mizigo

直升機

helikopta

機場

uwanja wa ndege

塔

mnara

乘客

abiria

集裝箱

chombo

紙板箱

katoni

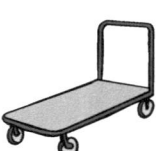

手推車

mkokoteni

籃子

kikapu

起飛/降落

ondoka

城市

jiji

村莊

kijiji

市中心

katikati ya jiji

房子

nyumba

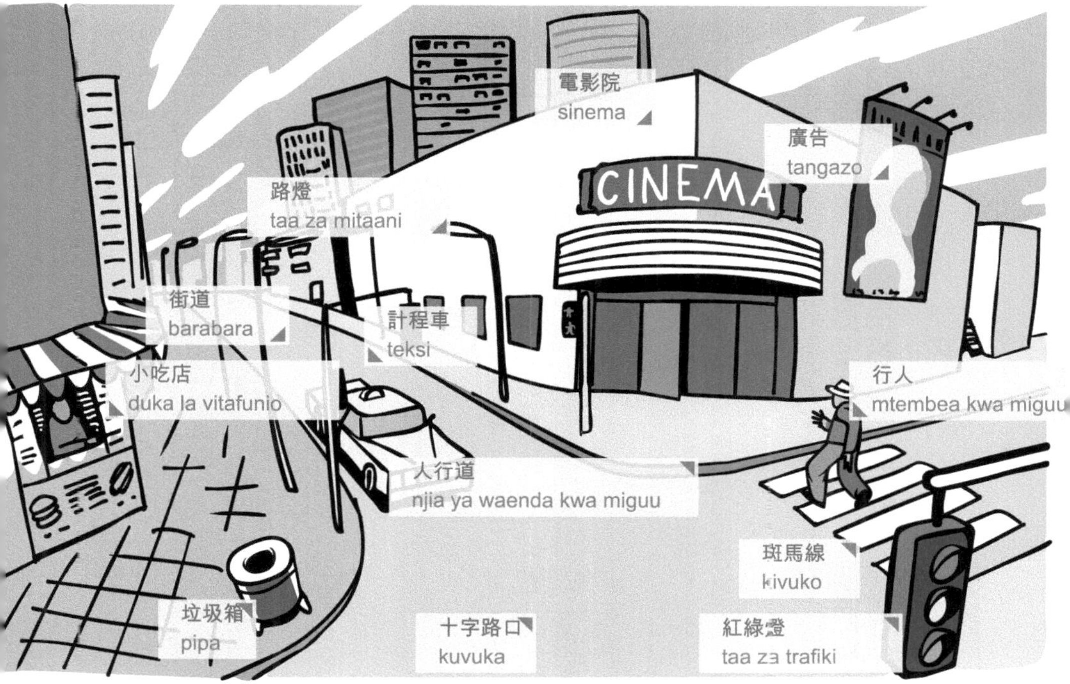

電影院
sinema

廣告
tangazo

路燈
taa za mitaani

街道
barabara

計程車
teksi

小吃店
duka la vitafunio

行人
mtembea kwa miguu

人行道
njia ya waenda kwa miguu

斑馬線
kivuko

垃圾箱
pipa

十字路口
kuvuka

紅綠燈
taa za trafiki

小屋
kibanda

公寓
gorofa

火車站
kituo cha treni

市政廳
ukumbi wa mji

博物館
Makavazi

學校
shule

大學

chuo kikuu

銀行

benki

醫院

hospitali

飯店

hoteli

藥房

duka la dawa

辦公室

ofisi

書店

duka la kitabu

商店

duka

花店

duka la maua

超市

dukakuu

市場

soko

百貨商店

idara ya kuhifadhi

魚店

mwuza samaki

購物中心

kituo cha ununuzi

海港

bandari

公園
Hifadhi

長凳
benki

橋
daraja

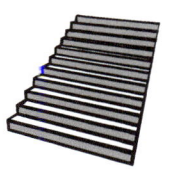

樓梯
vidato

捷運
chini ya ardhi

隧道
handaki

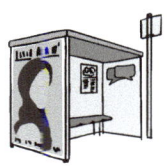

公車站
kituo cha mabasi

酒吧
bar

餐館
mgahawa

郵筒
sanduku la posta

路標
ishara ya barabara

停車計時器
mita ya maegesho

動物園
bustani ya wanyama

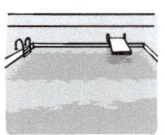

游泳池
kidimbwi cha kuogelea

清真寺
msikiti

農場
shamba

污染
uchafuzi

墓地
makaburini

教堂
kanisa

操場
uwanja wa michezo

寺廟
hekalu

地形

mazingira

樹葉
jani

指示牌
ishara ya mwelekeo

路
njia

草地
malisho

石頭
jiwe

樹
mti

徒步旅行者
mtembeaji wa masafa

河
mto

草
nyasi

花
ua

峽谷

bonde

丘陵

kilima

湖

ziwa

森林

msitu

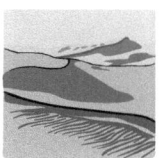

沙漠

jangwa

火山

volkano

城堡

ngome

彩虹

upinde wa mvua

蘑菇

uyoga

棕櫚樹

mtende

蚊子

mbu

蒼蠅

kuruka

螞蟻

chungu

蜜蜂

nyuki

蜘蛛

buibui

甲蟲

mende

青蛙

chura

松鼠

kuchakuro

刺蝟

nungunungu

野兔

sungura

貓頭鷹

bundi

鳥

ndege

天鵝

swan

野豬

nguruwe mwitu

鹿

kulungu

麋鹿

aina ya kongoni

水壩

bwawa

風力發電機

tabo ya upepo

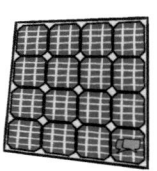

太陽能電池板

nishaji ya jua

氣候

hali ya hewa

餐館
mgahawa

服務生
mhudumu
菜譜
menyu
椅子
kiti
湯
supu
披薩餅
piza
桌布
kitambaa cha mezani
餐具
vilia

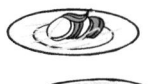

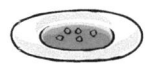

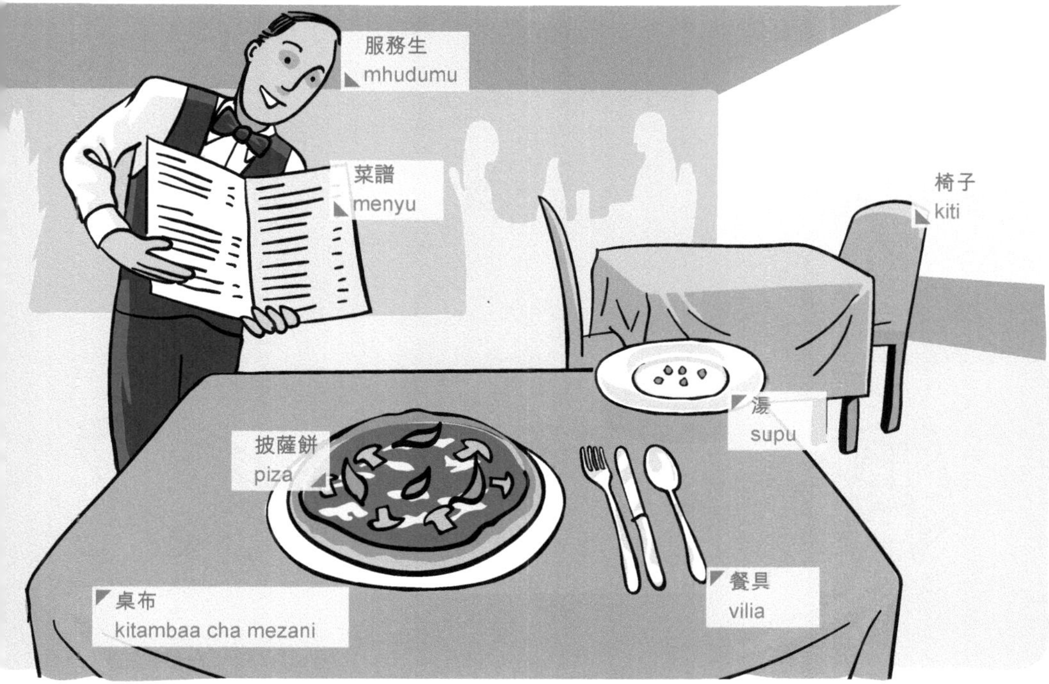

前菜
kiamsha hamu

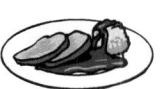

主菜
kozi kuu

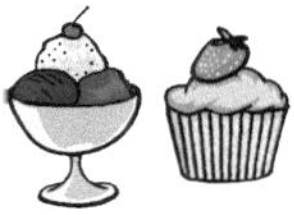

甜點
kitindamlo

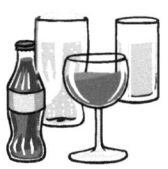

飲料
vinywaji

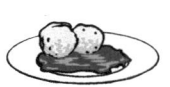

食物
chakula

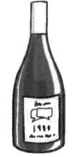

瓶子
chupa

速食

chakula cha haraka

街邊小吃

Streetfood

茶壺

buli

糖盒

kisanduku cha sukari

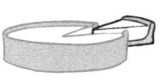

一份飯菜

sehemu

義式咖啡機

mashine ya espresso

高腳椅

kiti kirefu

帳單

muswada

托盤

trei

刀

kisu

餐叉

uma

勺子

kijiko

茶匙

kijiko cha chai

餐巾

nepi

玻璃杯

glasi

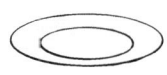

碟子

sahani

湯盤

sahani ya supu

碟子

sufuria

醬

mchuzi

鹽瓶

kichanyaji chumvi

胡椒研磨罐

kinu cha pilipili

醋

siki

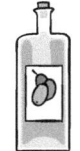

食用油

mafuta

調味料

viungo

番茄醬

kechapu

芥末

haradali

美乃滋

kachumbari nzito

超市

dukakuu

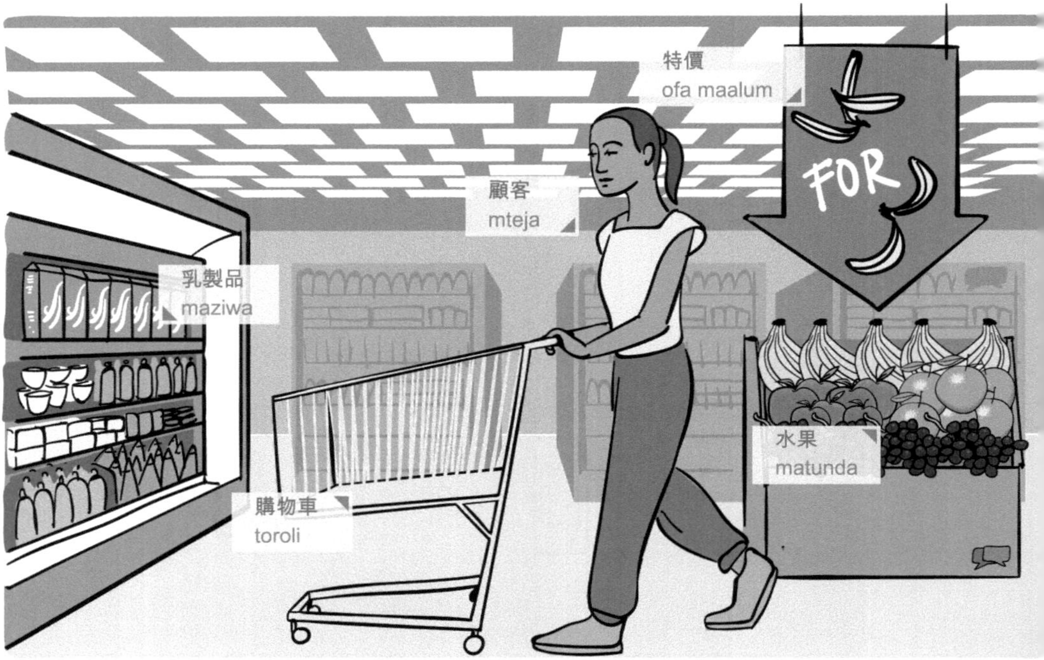

特價
ofa maalum
FOR
顧客
mteja
乳製品
maziwa
水果
matunda
購物車
toroli

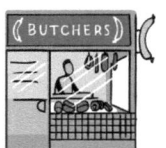

BUTCHERS

肉鋪

mchinjaji

BAKERY

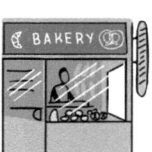

麵包店

mwokaji

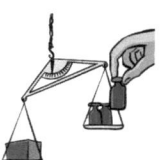

稱重

uzito

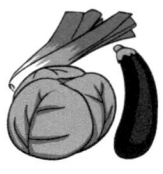

蔬菜

mboga

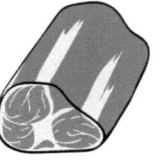

肉

nyama

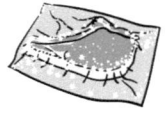

冷凍食品

chakula waliohifadhiwa

冷盤
vipande vya nyama baridi

罐頭食品
chakula cha kopo

洗衣粉
sabuni ya unga

甜食
pipi

日用品
bidhaa za kaya

清潔用品
bidhaa za kusafisha

銷售員
mtu mauzo

收銀機
mpaka

收銀員
keshia

購物清單
orodha ya manunuzi

開放時間
masaa ya ufunguzi

錢包
mkoba

信用卡
kadi

袋子
mfuko

塑膠袋
mfuko wa plastiki

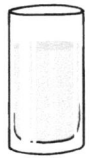

水

maji

果汁

sharubati

牛奶

maziwa

可樂

coke

紅酒

mvinyo

啤酒

bia

酒

pombe

可可

kakao

茶

chai

咖啡

kahawa

義式濃縮咖啡

spreso

卡布奇諾

kapuchino

香蕉

ndizi

蘋果

tufaha

柳丁

machungwa

西瓜

tikiti

檸檬

lemon

胡蘿蔔

karoti

大蒜

kitunguu saumu

竹子

mianzi

洋蔥

kitunguu

蘑菇

uyoga

堅果

karanga

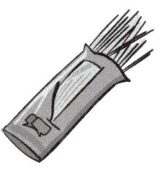

麵條

nudo

義大利麵

spageti

米飯

mpunga

沙拉

saladi

薯條

vibanzi

炸馬鈴薯

viazi vya kukaanga

披薩餅

piza

漢堡

hambaga

三明治

sandwichi

炸豬排

kipande

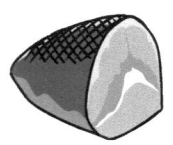

火腿

paja la mnyama

義大利臘腸

salami

香腸

soseji

雞肉

kuku

烤肉

choma

魚

samaki

燕麥片

oats ya uji

木斯里

muesli

玉米片

cornflakes

麵粉

unga

牛角麵包

kroisanti

麵包捲

andazi

麵包

mkate

吐司

mkate wa kubanika

餅乾

biskuti

奶油

siagi

凝乳

maziwa mgando

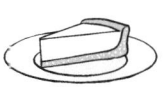

蛋糕

keki

蛋

yai

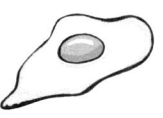

煎蛋

yai kukaanga

起司

jibini

冰淇淋

aiskrimu

糖

sukari

蜂蜜

asali

果醬

jemu

巧克力醬

kuenea kwa chokoleti

咖哩

mchuzi wa viungo

農場

shamba

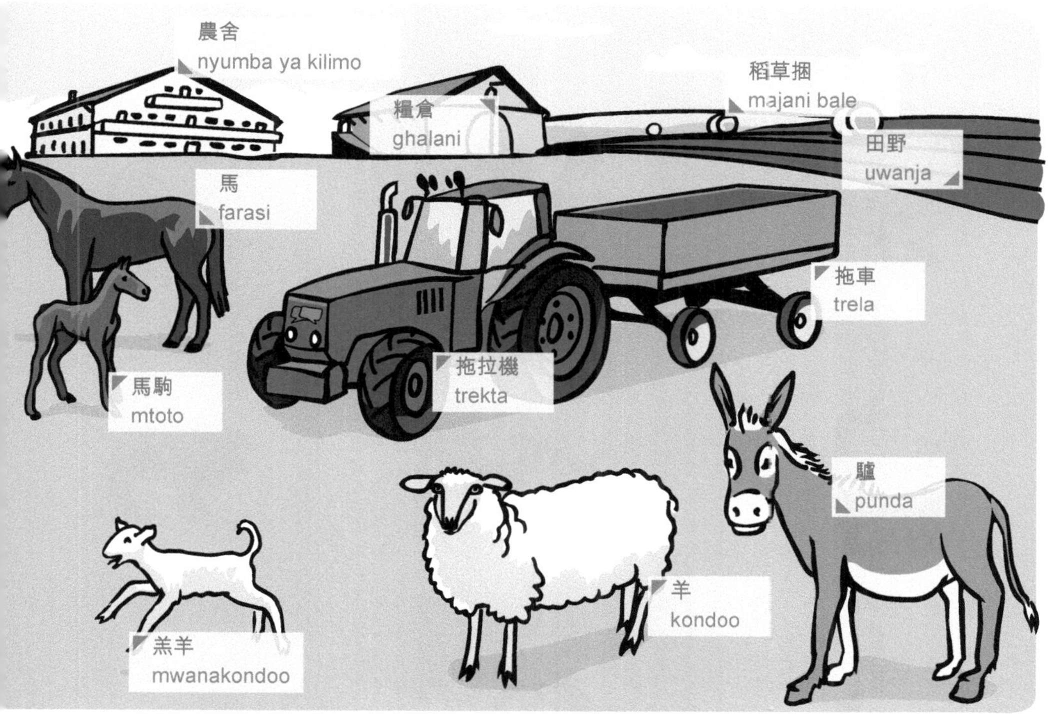

農舍
nyumba ya kilimo
糧倉
ghalani
稻草捆
majani bale
田野
uwanja
馬
farasi
拖車
trela
拖拉機
trekta
馬駒
mtoto
驢
punda
羊
kondoo
羔羊
mwanakondoo

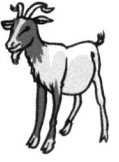

山羊

mbuzi

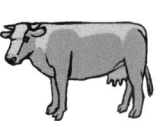

奶牛

ng'ombe

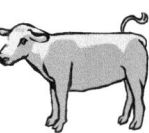

小牛

ndama

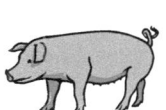

豬

nguruwe

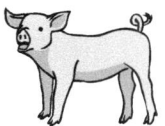

小豬

mwananguruwe

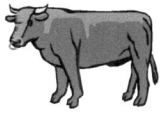

公牛

fahali

鵝

batabukini

鴨

bata

小雞

kifaranga

母雞

kuku

公雞

jogoo

鼠

panya

貓

paka

老鼠

panya

牛

ng'ombe

狗

mbwa

狗屋

nyumba ya mbwa

花園澆水軟管

bomba la bustani

澆水壺

debe la kumwagilia maji

長柄大鐮刀

fyekeo

犁

kulima

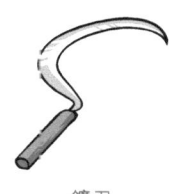

鐮刀

mundu

鋤頭

jembe

長柄草耙

uma wa nyasi

斧頭

shoka

獨輪手推車

toroli

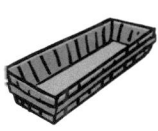

飼料槽

kupitia nyimbo

牛奶罐

chombo cha maziwa

麻布袋

gunia

柵欄

ua

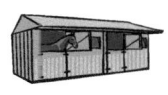

馬廄

imara

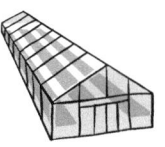

溫室

chafu

土壤

udongo

種子

mbegu

肥料

mbolea

聯合收割機

kivunaji

收割

mavuno

收割

mavuno

地瓜

viazi vikuu

小麥

ngano

大豆

soya

土豆

viazi

玉米

mahindi

油菜籽

rapa

果樹

mti wa matunda

樹薯

muhogo

穀物

nafaka

房子

nyumba

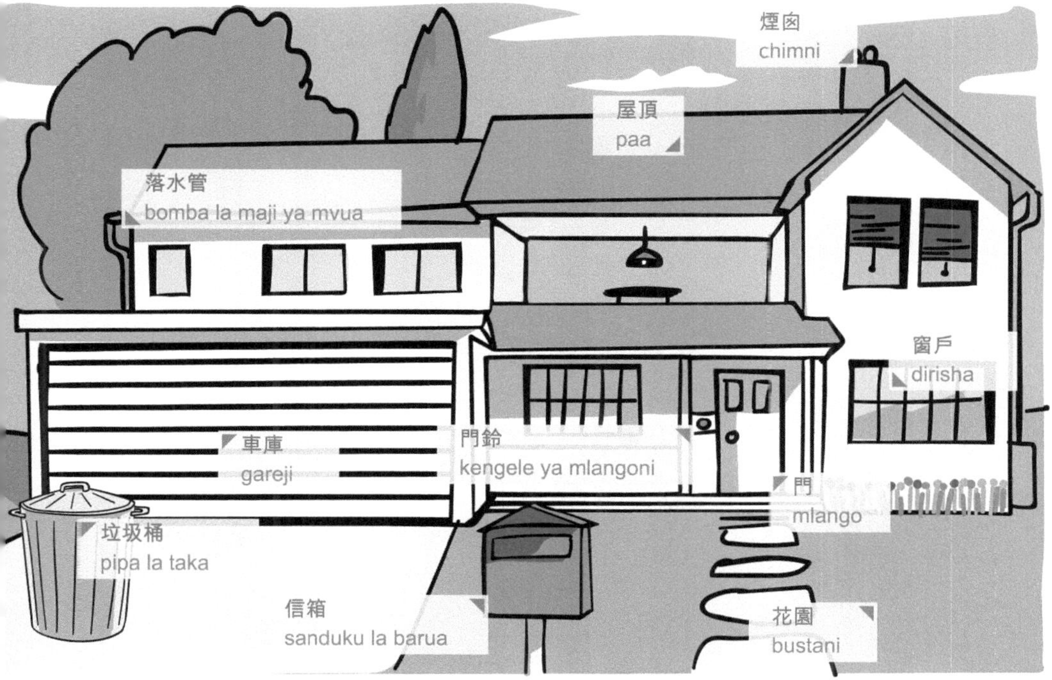

煙囪
chimni
屋頂
paa
落水管
bomba la maji ya mvua
窗戶
dirisha
車庫
gareji
門鈴
kengele ya mlangoni
門
mlango
垃圾桶
pipa la taka
信箱
sanduku la barua
花園
bustani

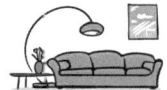

客廳

sebuleni

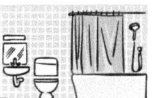

浴室

bafu

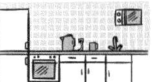

廚房

jikoni

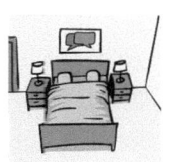

臥室

chumba cha kulala

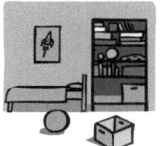

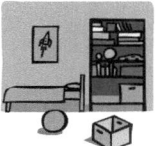

兒童房

chumba ya mtoto

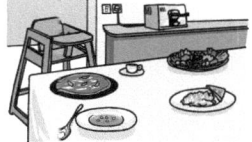

餐廳

chumba cha kulia

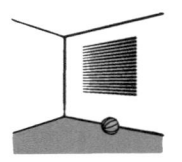

地板

sakafu

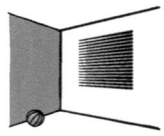

牆壁

ukuta

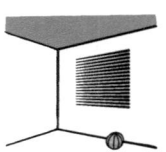

天花板

dari

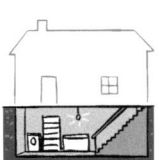

地窖

pishi

三溫暖

sauna

陽臺

roshani

露臺

mtaro

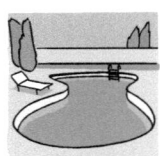

游泳池

kidimbwi

割草機

mashine ya kukata nyasi

被單

karatasi

床罩

kitambaa cha kupamba kitanda

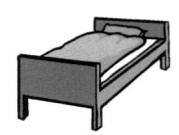

床

kitanda

掃帚

ufagio

水桶

ndoo

開關

kubadili

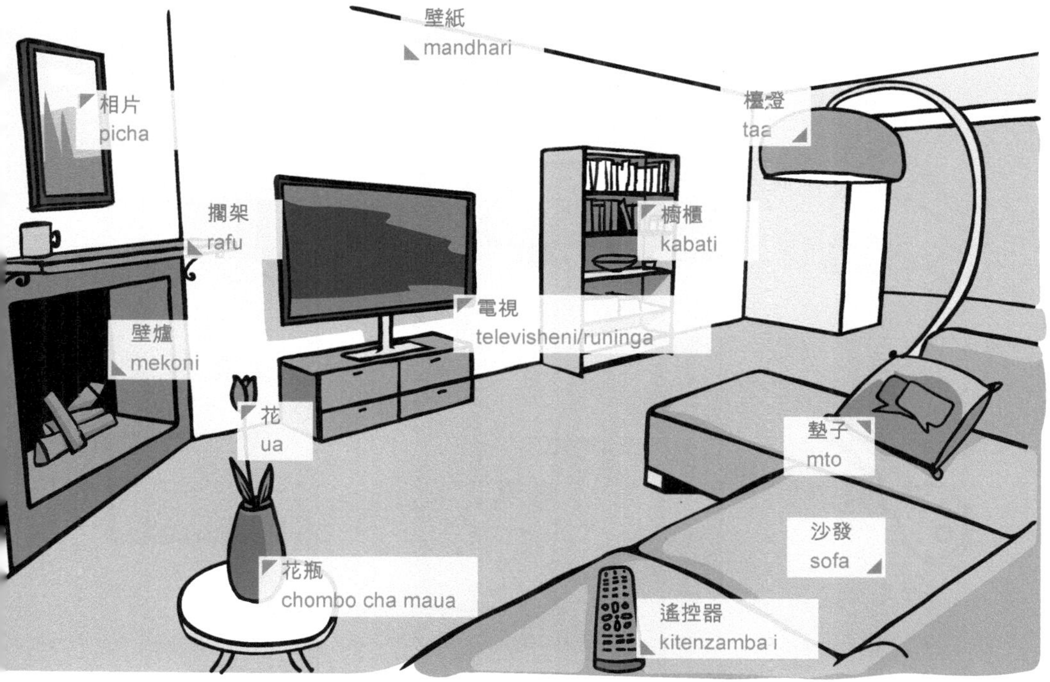

壁紙
mandhari

相片
picha

檯燈
taa

擱架
rafu

櫥櫃
kabati

電視
televisheni/runinga

壁爐
mekoni

花
ua

墊子
mto

沙發
sofa

花瓶
chombo cha maua

遙控器
kitenzamba i

地毯
zulia

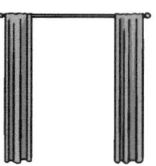

窗簾
pazia

餐桌
meza

椅子
kiti

搖椅
kiti cha bembea

扶手椅
armchair

書

kitabu

毯子

blanketi

裝飾品

mapambo

木柴

kuni

電影

filamu

高傳真音響

kifaa cha hi-fi

鑰匙

ufunguo

報紙

gazeti

油畫

uchoraji

海報

bango

收音機

redio

筆記本

daftari

吸塵器

kifyonza

仙人掌

dungusi kakati

蠟燭

mshumaa

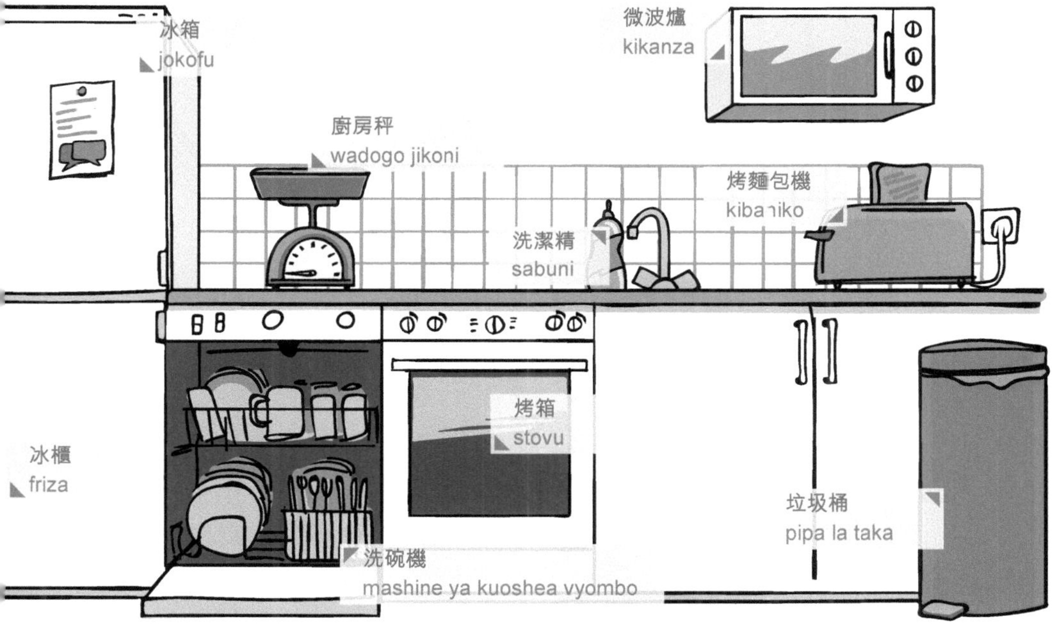

冰箱
jokofu

微波爐
kikanza

廚房秤
wadogo jikoni

烤麵包機
kibaniko

洗潔精
sabuni

冰櫃
friza

烤箱
stovu

垃圾桶
pipa la taka

洗碗機
mashine ya kuoshea vyombo

炊具

jiko la kupika

鍋

chungu

鑄鐵鍋

sufuria ya chuma

炒鍋

wok / kadai

平底鍋

kaango

水壺

birika

蒸鍋

stima

烤盤

sinia ya kuoka

陶瓷鍋

vyombo vya udongo

馬克杯

kombe

碗

bakuli

筷子

vijiti vya kulia

長柄勺

ukawa

鏟子

mwiko mpana

攪拌器

burashi

濾網

kichujio

篩子

chujio

磨碎機

mbuzi

研缽

chokaa

燒烤

barbeque

明火

moto wazi

菜板

ubao wa majaribio

擀麵杖

kijiti cha kusukuma unga

開瓶器

kizibuo

罐子

kopo

開罐器

inaweza kopo

隔熱手套

kishikio cha chungu

水槽

karo

刷子

brashi

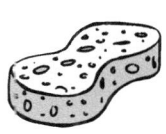

海綿

sifongo

攪拌機

kisagaji matunda

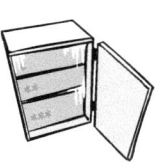

冷藏箱

friji ya kina

奶瓶

chupa ya mtoto

水龍頭

bomba

浴室

bafu

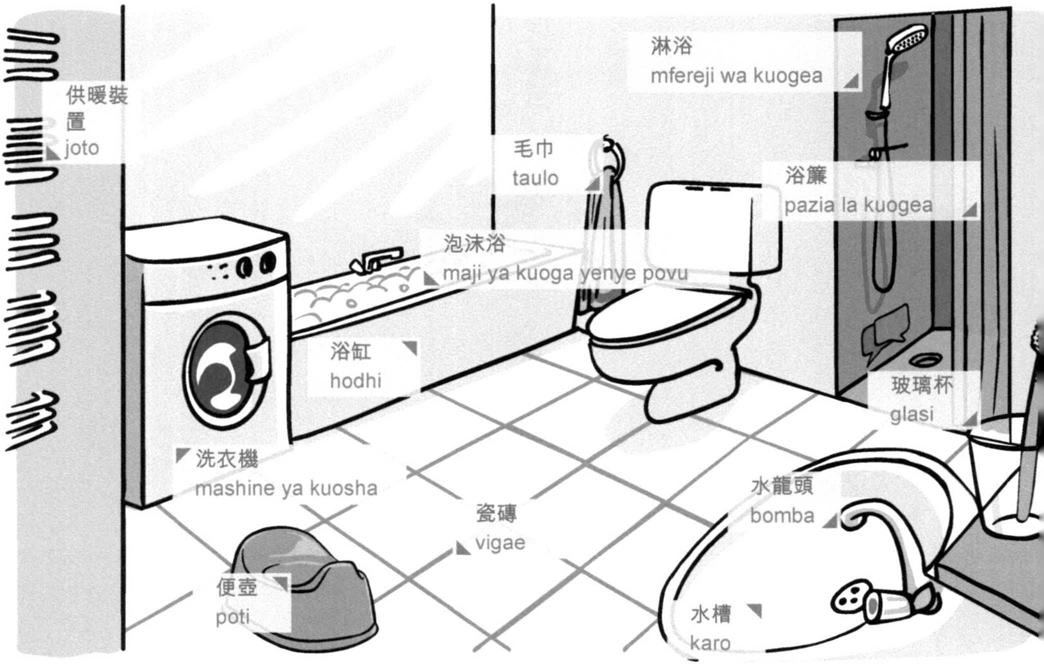

供暖裝置
joto
淋浴
mfereji wa kuogea
毛巾
taulo
浴簾
pazia la kuogea
泡沫浴
maji ya kuoga yenye povu
浴缸
hodhi
玻璃杯
glasi
洗衣機
mashine ya kuosha
水龍頭
bomba
瓷磚
vigae
便壺
poti
水槽
karo

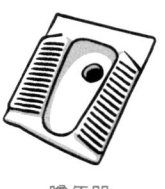

廁所

choo

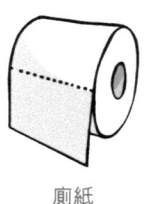

蹲便器

choo cha squat

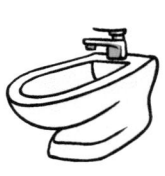

坐浴器

beseni la mviringo

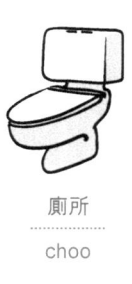

小便斗

choo cha umma

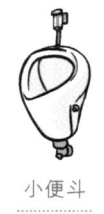

廁紙

shashi

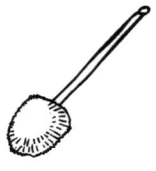

馬桶刷

brashi ya choo

牙刷
mswaki

牙膏
dawa ya meno

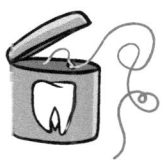

牙線
dawa ya meno

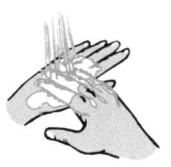

洗
safisha

手持式蓮蓬頭
kuoga mkono

沖洗器
msukumo wa maji

洗臉盆
bonde

洗背刷
mpako wa pili

肥皂
sabuni

沐浴露
jeli ya kuogea

洗髮乳
shampuu

法蘭絨
flana

排水
toa maji

乳霜
krimu

除臭劑
kiondoa harufu

鏡子

kioo

手鏡

kioo mkono

刮鬍刀

kinyozi

刮鬍泡沫

povu la kunyoa

鬍後水

baada ya kunyoa

梳子

kichana

刷子

brashi

吹風機

kikausha nywele

噴髮定型劑

marashi ya nyewele

化妝品

vipodozi

唇膏

kidomwa

指甲油

varnish ya msumari

化妝棉

pamba

指甲剪

mkasi wa kucha

香水

manukato

洗漱包

mkoba wa kuosha

凳子

kinyesi

計重秤

mizani

浴袍

nc̜uo ya kuoga

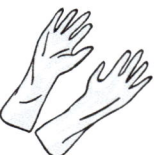

橡膠手套

glavu za mpira

衛生棉條

kisodo

衛生棉

sodo

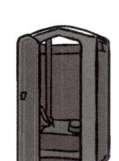

化學廁所

kemikali choo

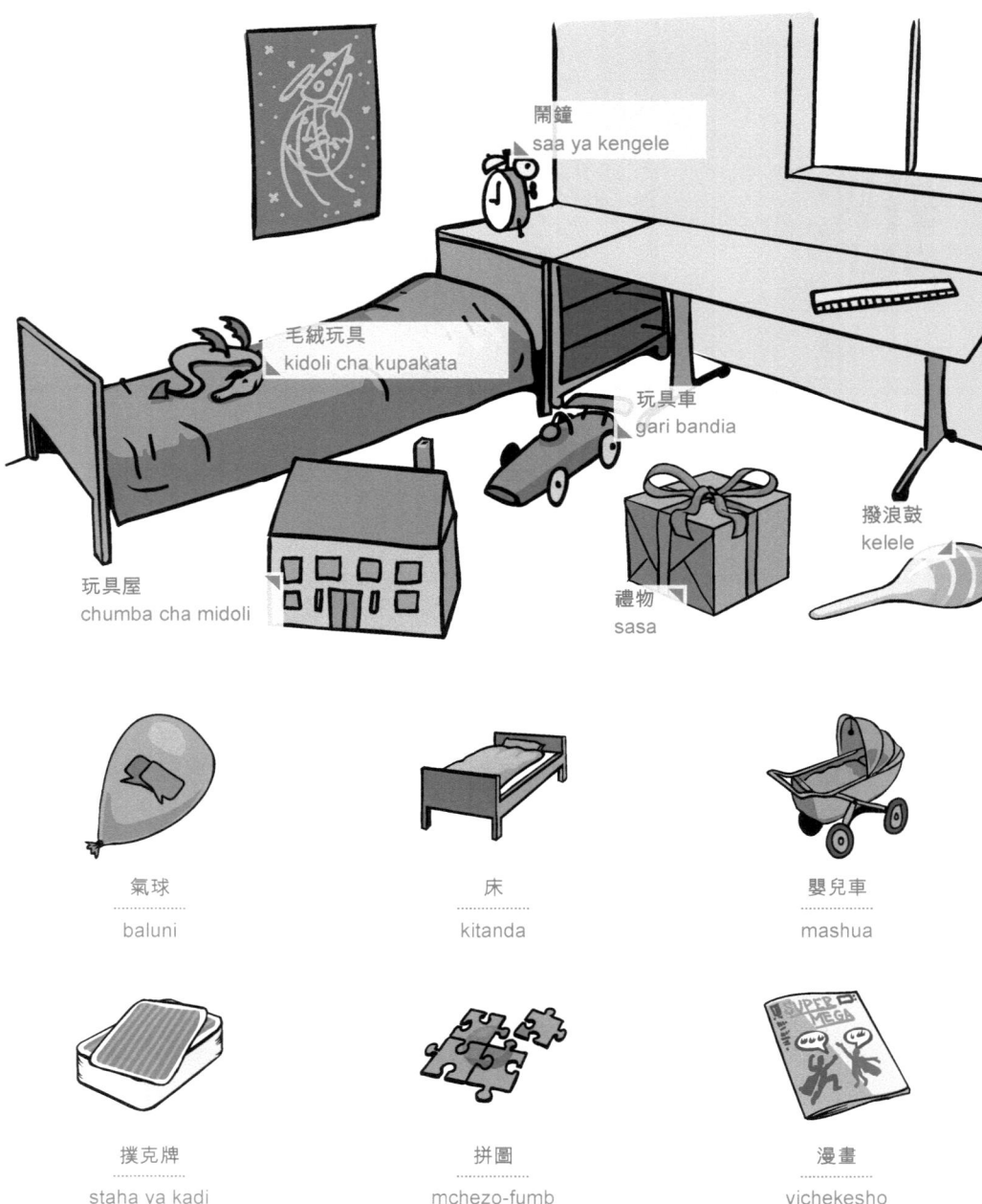

鬧鐘
saa ya kengele

毛絨玩具
kidoli cha kupakata

玩具車
gari bandia

撥浪鼓
kelele

玩具屋
chumba cha midoli

禮物
sasa

氣球
baluni

床
kitanda

嬰兒車
mashua

撲克牌
staha ya kadi

拼圖
mchezo-fumb

漫畫
vichekesho

樂高積木

matofali lego

積木玩具

vitalu mwigo

公仔

hatua takwimu

嬰兒服

suti ya kulalia

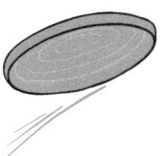

飛盤

kisahani

床鈴玩具

simu

棋盤遊戲

ubao wa michezo

骰子

kete

火車模型

garimoshi mwigo

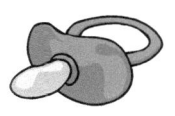

安撫奶嘴

dummy

派對

chama

繪本

picha kitabu

球

mpira

洋娃娃

kikaragosi

玩

kucheza

沙坑

shimo la mchanga

鞦韆

bembea

玩具

vitu bandia

電玩遊戲

kiweko cha video ya mchezo

三輪車

baiskeli ya magurudumu

matatu

泰迪熊

mwanasesere

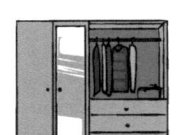

衣櫃

kabati

衣服

nguo

襪子

soksi

長襪

stokingi

緊身褲

kibano

圍巾
skafu

雨傘
mwavuli

皮帶
ukanda

T恤
fulana

運動鞋
wakufunzi

靴子
viatu

拖鞋
ndara

涼鞋
malapa

鞋
viatu

雨靴
mabuti ya mpira

內褲
suruali ya ndani

胸罩
sidiria

背心
fulana

衣服 - nguo

45

身體
mwili

褲子
suruali

牛仔褲
dangirizi

短裙
sketi

女式襯衫
blauzi

襯衫
shati

套頭衫
vuta

連帽上衣
sweta

西裝夾克
bleza

夾克
jaketi

外套
koti

雨衣
koti la mvua

套裝
maleba

連衣裙
gauni

婚紗
mavazi ya harusi

西裝
suti

睡袍
vazi la usiku

睡衣
pajama

莎麗
sari

頭巾
skafu

包頭巾
kilemba

波卡
burka

卡夫坦
kaftan

(阿拉伯式)長袍
abaya

泳衣
vazi la kuogelea

男式泳褲
vazi la kiume la kuogelea

短褲
kaptura

運動服
teitei

圍裙
aproni

手套
glavu

鈕扣

kifungo

眼鏡

glasi

手鏈

bangili

項鍊

mkufu

戒指

pete

耳環

herini

便帽

kofia

衣架

kiango cha koti

帽子

kofia

領帶

tai

拉鍊

zipu

安全帽

kofia

背帶

kanda za suruali

校服

sare za shule

制服

sare

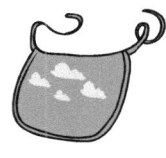

圍兜

bibu

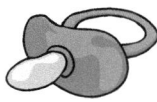

安撫奶嘴

dummy

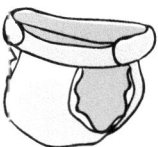

尿布

nepi

辦公室
ofisi

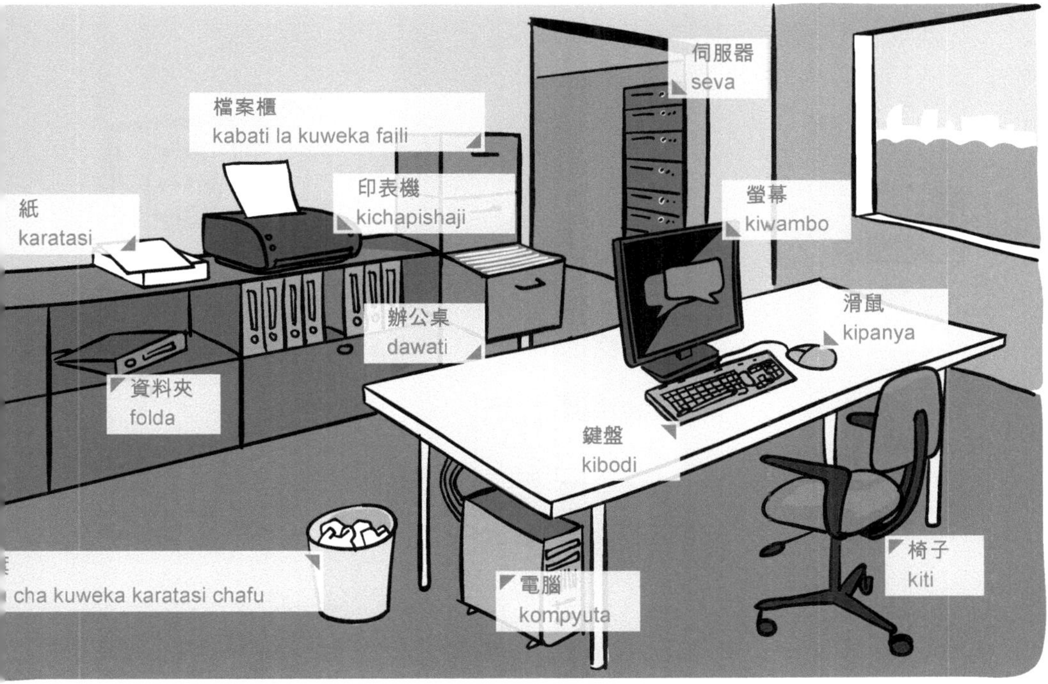
伺服器
seva
檔案櫃
kabati la kuweka faili
印表機
kichapishaji
紙
karatasi
螢幕
kiwambo
滑鼠
kipanya
辦公桌
dawati
資料夾
folda
鍵盤
kibodi
cha kuweka karatasi chafu
電腦
kompyuta
椅子
kiti

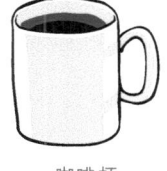

咖啡杯

kmobe la kahawa

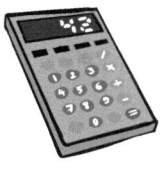

計算機

kikokotoo

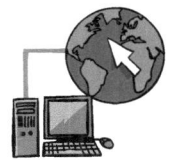

網際網路

biashara

筆記型電腦

mbali

信件

barua

簡訊

ujumbe

行動電話

rununu

網路

intaneti

影印機

fotokopia

軟體

programu

電話

simu

插座

soketi

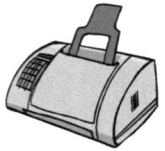

傳真機

kipepesi

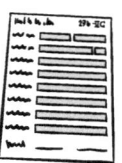

表格

fomu

檔案

hati

買
kununua

付錢
kulipa

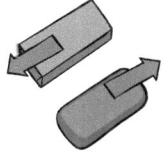

交易
biashara

現金
fedha

美元
dola

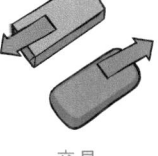

歐元
yuro

日元
yeni

盧布
rouble

瑞士法郎
faranga ya Uswisi

人民幣
renminbi yuan

盧比
rupia

提款處
eneo la kulipia

外幣兌換處

ofisi ya ubadilishanaji

金

dhahabu

銀

fedha

石油

mafuta

能源

nishati

價格

bei

合約

mkataba

稅金

kodi

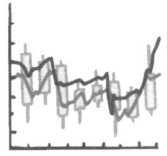

股票

bidhaa

工作

kazi

職員

mfanyakazi

老闆

mwajiri

工廠

kiwanda

商店

duka

職業

kazi

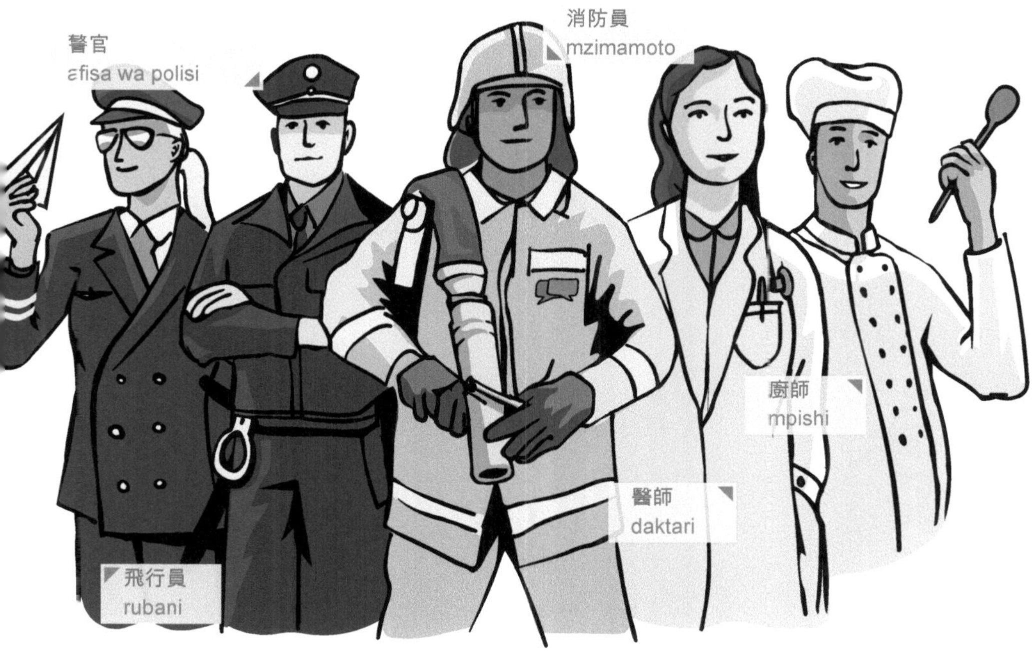

警官
afisa wa polisi
消防員
mzimamoto
廚師
mpishi
醫師
daktari
飛行員
rubani

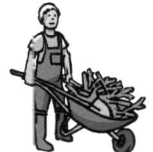

園丁

mtunza bustani

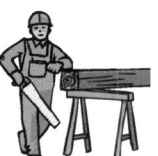

木匠

seremala

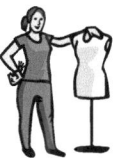

裁縫

mshonaji

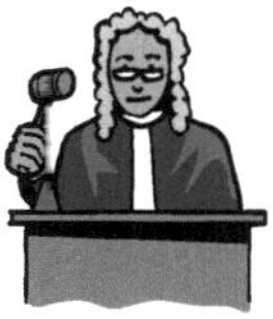

法官

hakimu

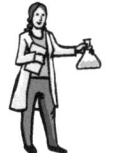

化學家

mwanakemia

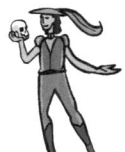

演員

muigizaji

公車司機

dereva wa basi

計程車司機

dereva wa teksi

漁夫

mvuvi

清洗女工

mwanamke wa kusafisha

屋頂工

mwezekaji

服務生

mhudumu

獵人

mwindaji

畫家

mchoraji

麵包師

mwokaji

電工

umeme

建築工人

mjenzi

工程師

mhandisi

屠夫

mchinjaji

水管工

fundi bomba

郵差

mwanaposta

士兵

mwanajeshi

建築師

msanifu majengo

收銀員

keshia

花農

muuza maua

理髮師

msusi

售票員

kondakta

機械技師

mekanika

船長

nahodha

牙醫

daktari wa meno

科學家

mwanasayansi

拉比

rabbi

伊瑪目

imamu

和尚

mtawa

牧師

kasisi

工具

zana

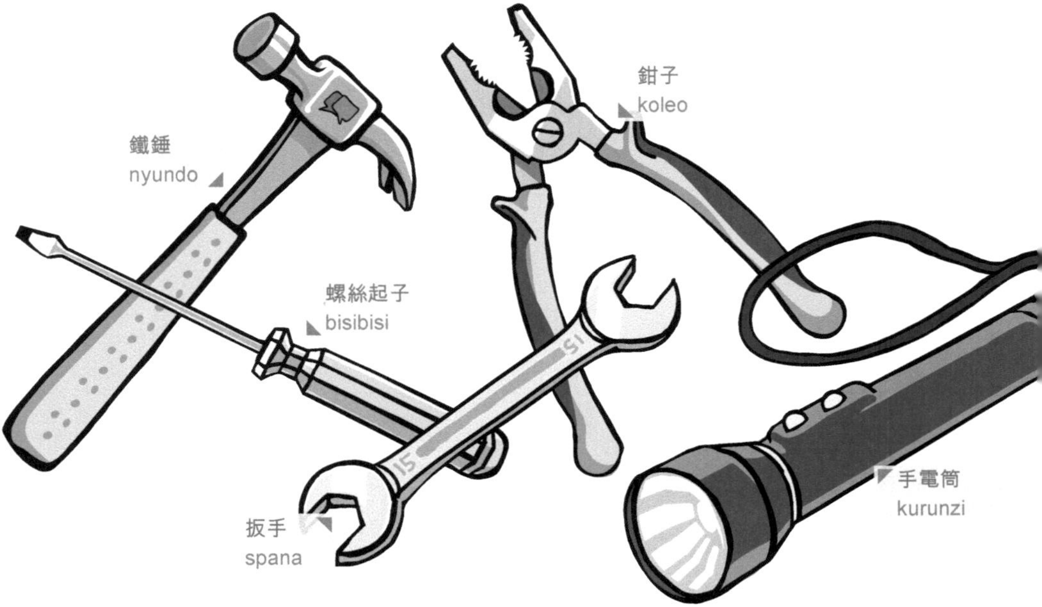

鐵錘
nyundo
鉗子
koleo
螺絲起子
bisibisi
扳手
spana
手電筒
kurunzi

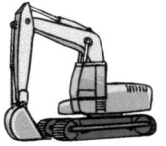

挖掘機

mchimbaji

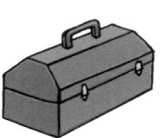

工具箱

sanduku la vifaa

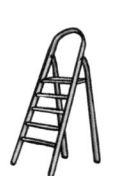

梯子

ngazi

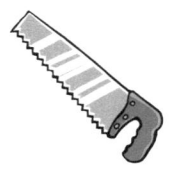

鋸子

msumeno

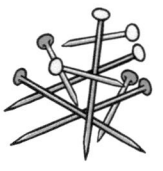

釘子

misumari

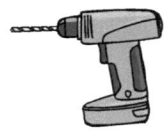

鑽機

kuchimba visima

修
kukarabati

鏟子
sepetu

糟糕！
Lo!

畚箕
kishikio cha uchafu

油漆桶
chungu cha rangi

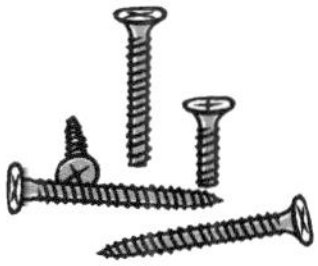

螺絲
skurubu

樂器

ala za muziki

揚聲器
spika

打擊樂器
mpangilio wa ngoma ▶

吉他
gita ◢

低音提琴
besi mara mbili

小號
tarumbeta

鋼琴

piano

小提琴

fidla

貝斯

ubeji

定音鼓

timpani

鼓

ngoma

電子琴

kibodi

薩克斯風

saksafoni

長笛

filimbi

麥克風

maikrofoni

動物園

bustani ya wanyama

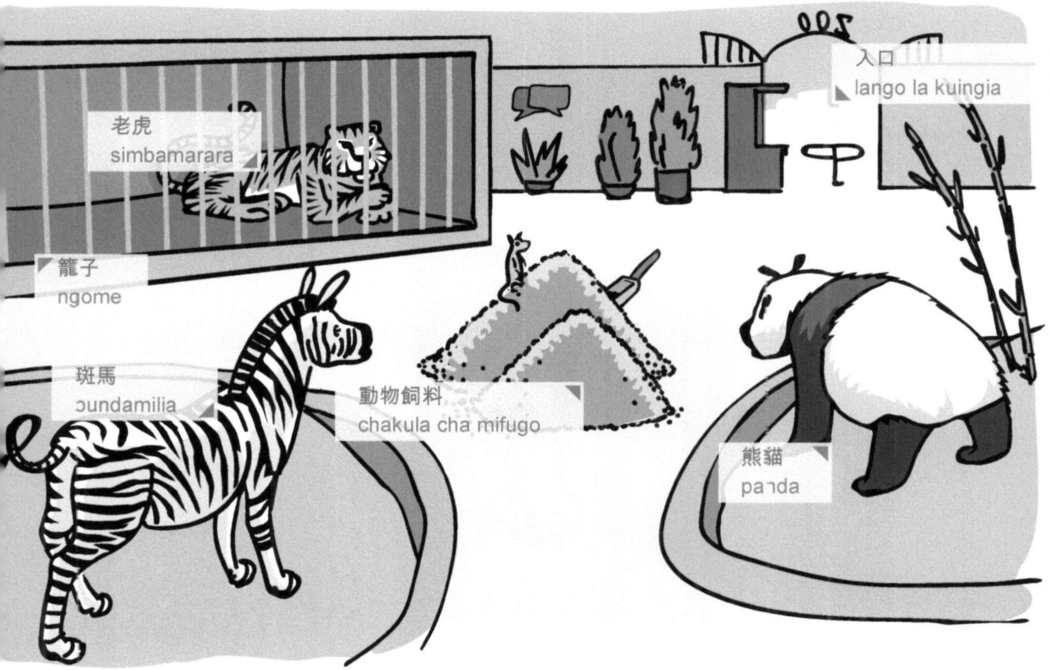

老虎
simbamarara
入口
lango la kuingia
籠子
ngome
斑馬
ɔundamilia
動物飼料
chakula cha mifugo
熊貓
panda

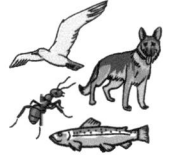

動物

wanyama

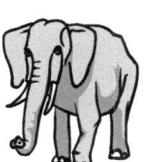

大象

tembo

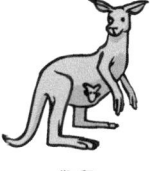

袋鼠

kangaruu

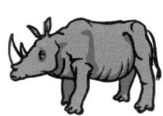

犀牛

kifaru

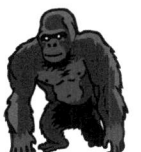

大猩猩

sokwe

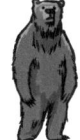

熊

dubu

駱駝

ngamia

鴕鳥

mbuni

獅子

simba

猴子

tumbili

紅鶴

heroe

鸚鵡

kasuku

北極熊

dubu

企鵝

penguini

鯊魚

papa

孔雀

tausi

蛇

nyoka

鱷魚

mamba

動物園管理員

mtunza wanyama

海豹

muhuri

美洲豹

jaguar

矮種馬

mwanafarasi

豹

chui

河馬

kiboko

長頸鹿

twiga

老鷹

tai

野豬

nguruwe mwitu

魚

samaki

龜

kobe

海象

sili

狐狸

mbweha

羚羊

paa

橄欖球
soka ya marekani

騎腳踏車
uendeshaji baiskeli

網球
tenisi

籃球
mpira wa kikapu

游泳
kuogelea

拳擊
ndondi

冰球
magongo ya barafuni

美式足球

soka

羽毛球

vinyoya

田徑

riadha

手球

mpira wa mikono

滑雪

skii

馬球

polo

跳
kuruka

擁抱
kumbatia

笑
cheka

走路
kutembea

唱
kuimba

做夢
ota ndoto

祈禱
kuomba

親吻
busu

書寫
kuandika

畫
kuteka

展示
angalia

推
sukuma

給
kutoa

拿
kuchukua

有
kuwa

做
fanya

當
kuwa

站
kusimama

跑
kukimbia

拉
vuta

丟
kutupa

摔倒
kuanguka

躺
hadaa

等待
kusubiri

攜帶
kubeba

坐
kukaa

穿衣
vaa nguo

睡覺
usingizi

醒來
kuamka

看
kuangalia

哭
lia

擊
kiharusi

梳頭
chana nywele

交談
ongea

明白
kuelewa

問
kuuliza

聽
kusikiliza

喝
kunywa

吃
kula

清理
nadhifisha

愛
upendo

做飯
mpishi

開車
gari

飛
kuruka

航行

meli

計算

kokotoa

讀

kusoma

學習

kujifunza

工作

kazi

結婚

kuoa

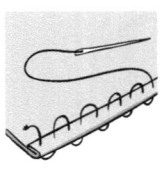

縫

kushona

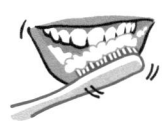

刷牙

piga mswaki

殺

kuua

抽菸

moshi

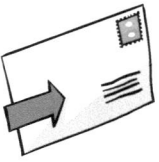

寄

kutuma

家

familia

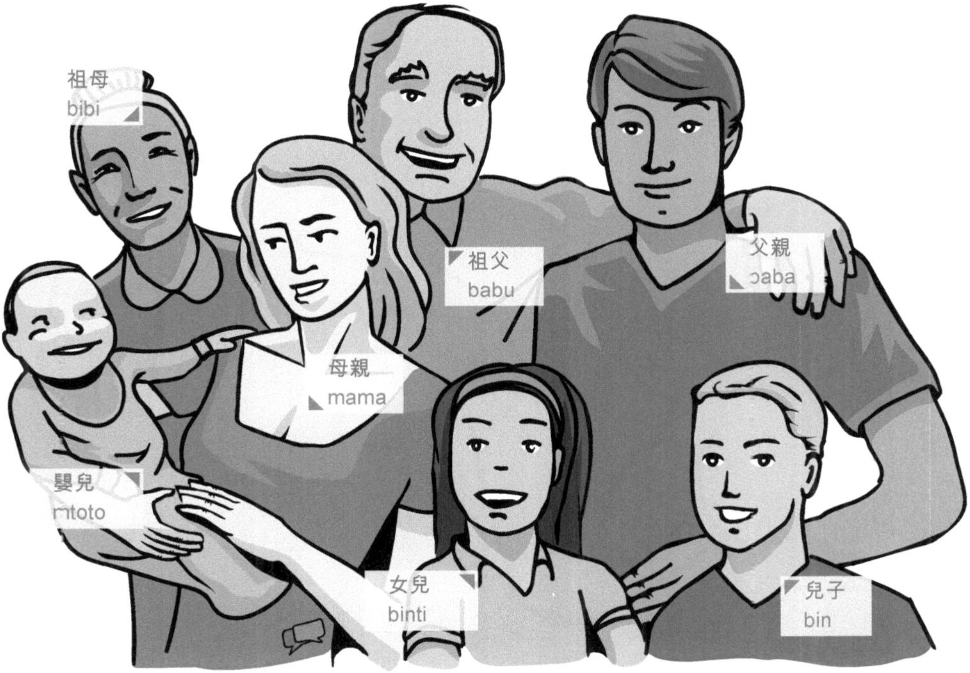
祖母
bibi
祖父
babu
父親
baba
母親
mama
嬰兒
mtoto
女兒
binti
兒子
bin

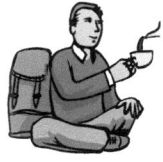

客人

mgeni

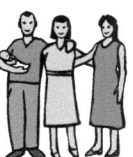

阿姨

shangazi

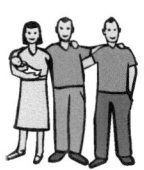

叔叔

mjomba

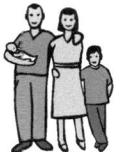

兄弟

kaka

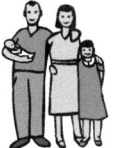

姐妹

dada

身體

mwili

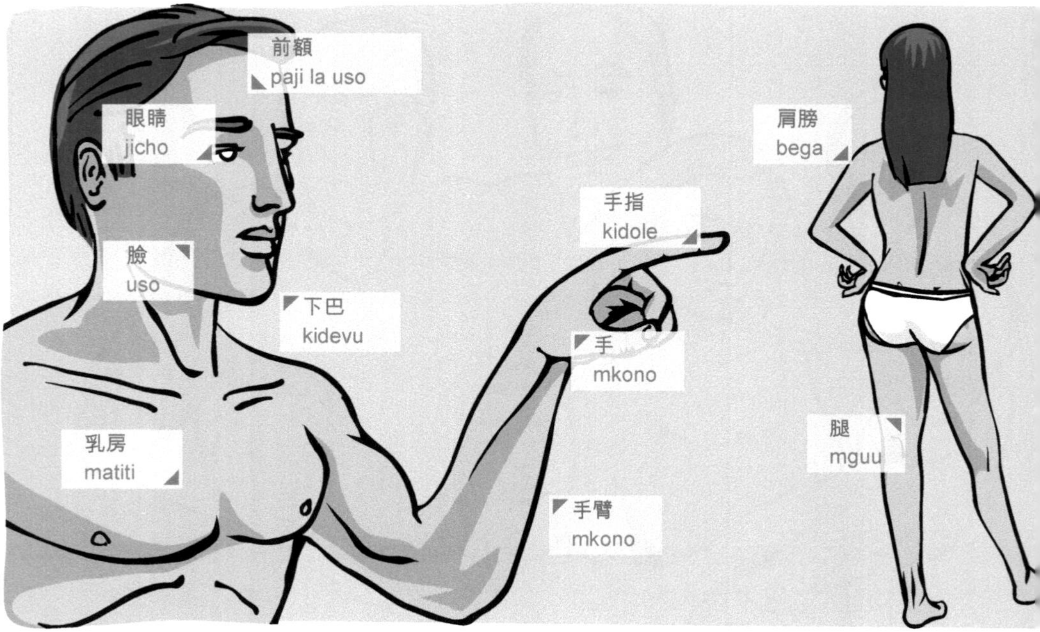

前額
paji la uso
眼睛
jicho
臉
uso
下巴
kidevu
乳房
matiti
手指
kidole
手
mkono
手臂
mkono
肩膀
bega
腿
mguu

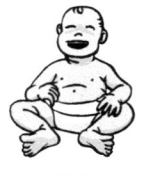

嬰兒

mtoto

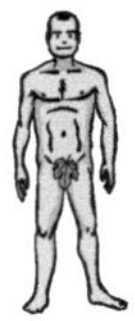

男人

mwanamume

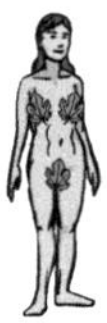

女人

mwanamke

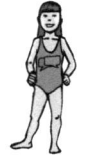

女孩

msichana

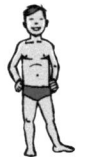

男孩

mvulana

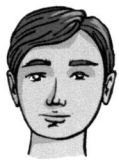

頭

kichwa

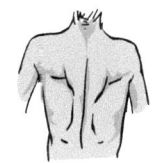

背部

nyuma

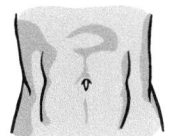

肚子

tumbo

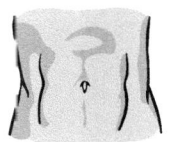

肚臍

kitovu

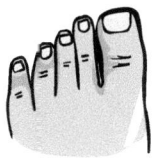

腳趾

chano

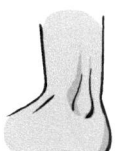

腳後跟

kisigino

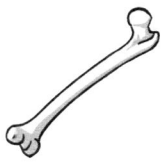

骨頭

mfupa

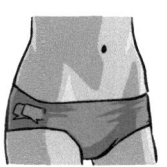

臀部

nyonga

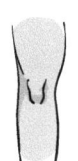

膝蓋

goti

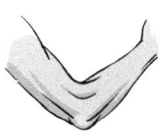

手肘

kiwiko

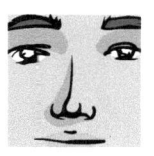

鼻子

pua

屁股

chini

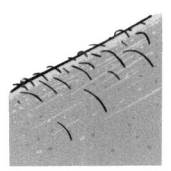

皮膚

ngozi

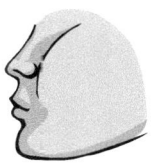

臉頰

shavu

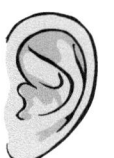

耳朵

sikio

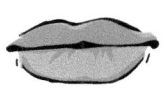

嘴唇

mdomo

嘴

kinywa

牙齒

jino

舌頭

ulimi

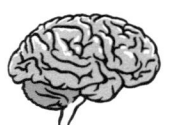

腦

ubongo

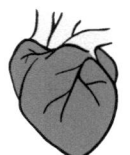

心臟

moyo

肌肉

misuli

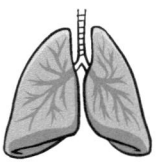

肺

pafu

肝臟

ini

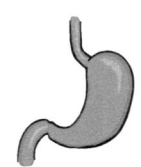

胃

tumbo

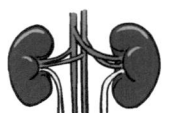

腎臟

figo

性交

jinsia

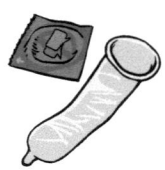

保險套

kondomu

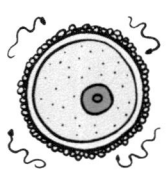

卵子

ovari

精子

shahawa

懷孕

mimba

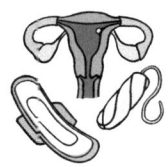

月事

hedhi

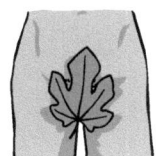

陰道

uke

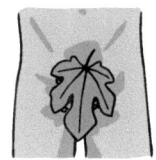

陰莖

uume

眉毛

unyusi

頭髮

nywele

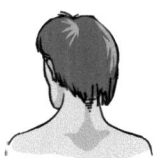

脖子

shingo

醫院
hospitali

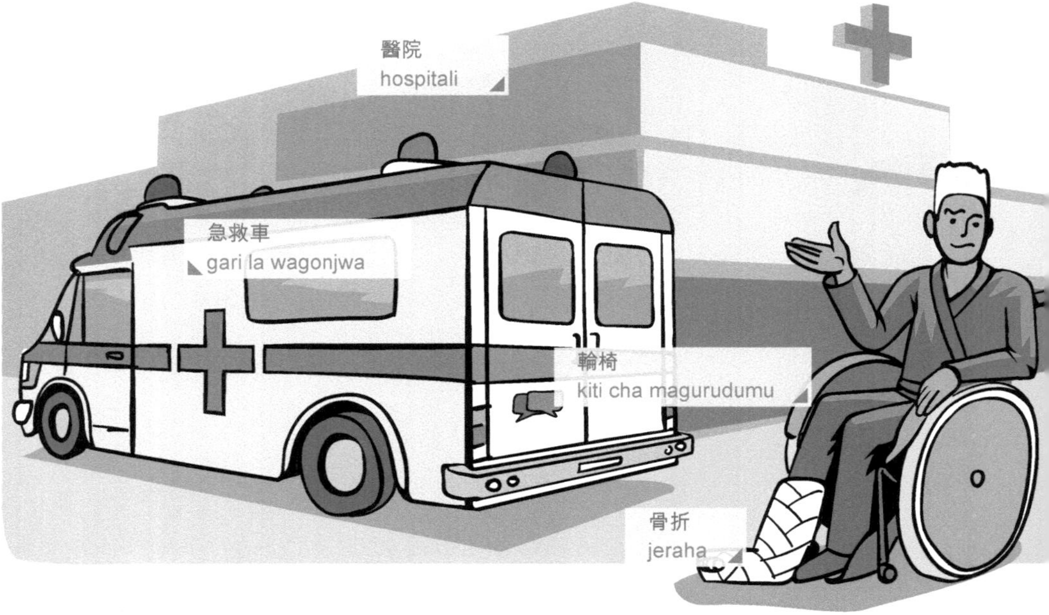

醫院
hospitali
急救車
gari la wagonjwa
輪椅
kiti cha magurudumu
骨折
jeraha

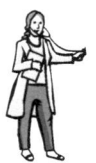

醫師

daktari

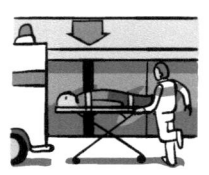

急診室

chumba cha dharura

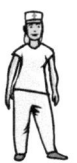

護理師

muuguzi

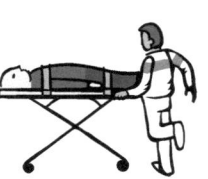

緊急情形

dharura

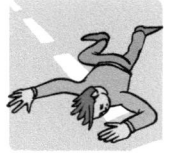

昏迷

kupoteza fahamu

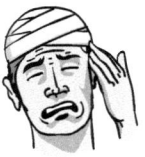

痛

maumivu

受傷

kuumia

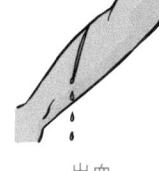

出血

kutokwa na damu

心臟病發作

mshtuko wa moyo

中風

kiharusi

過敏

mzio

咳嗽

kikohozi

發燒

homa

流感

mafua

腹瀉

kuharisha

頭痛

maumivu ya kichwa

癌症

kansa

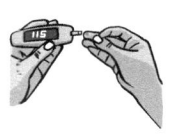

糖尿病

ugonjwa wa kisukari

外科醫師

daktari mpasuaji

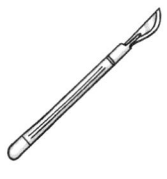

手術刀

kisu kidogo cha kupasulia

手術

operesheni

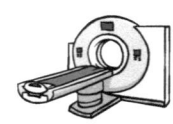

電腦斷層掃描

picha changanufu ya mwili

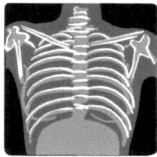

X光

Eksrei

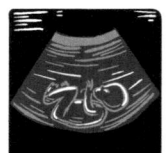

超音波

mawimbi sauti

口罩

barakoa ya uso

疾病

ugonjwa

候診室

chumba cha kusubiri

拐杖

mkongojo

石膏

plasta

繃帶

bendeji

注射

sindano

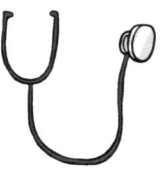

聽診器

stetoskopu

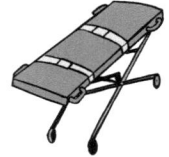

擔架

machela

體溫計

kipimajoto cha kliniki

出生

kuzaliwa

超重

unene kupita kiasi

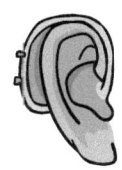

助聽器

kus kia misaada

消毒液

kipukusi

感染

maambukizi

病毒

virusi

愛滋病

VVU / UKIMWI

藥物

dawa

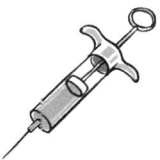

妥種疫苗

chanjo

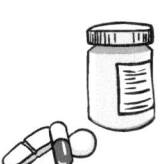

藥片

vidonge

藥丸

kidonge

急救電話

simu ya dharura

血壓計

haemodainamometa

生病/健康

mgorjwa / mwenye afya

救命！
Msaada!

警報
kengele

突擊
pigo

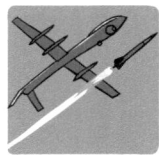

攻擊
shambulizi

危險
hatari

緊急出口
lango la dharura

失火了！
Moto!

滅火器
kizima moto

意外
ajali

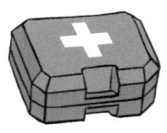

急救箱
vifaa vya huduma ya
kwanza

呼救訊號
wito wa msaada

員警
polisi

歐洲

Ulaya

北美洲

Amerika ya Kaskazini

南美洲

Amerika ya Kusini

非洲

Afrika

亞洲

Asia

澳洲

Australia

大西洋

Atlantiki

太平洋

Pasifiki

印度洋

Bahari ya Hindi

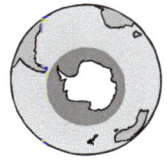

南冰洋

Bahari ya Antaktiki

北冰洋

Bahari ya Aktiki

北極

Ncha ya Kaskazini

南極
Ncha ya Kusini

南極洲
Antaktika

地球
dunia

陸地
nchi

海
bahari

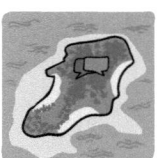

島
kisiwa

國家
taifa

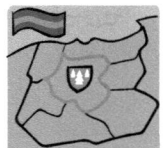

州
jimbo

錶盤

uso wa saa

時針

akrabu ya saa

分針

akrabu ya dakika

秒針

akrabu ya sekunde

現在幾點？

Ni saa ngapi?

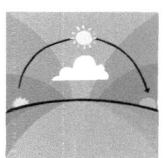

天

siku

時間

wakati

現在

sasa

電子錶

saa ya dijitali

分

dakika

時

saa

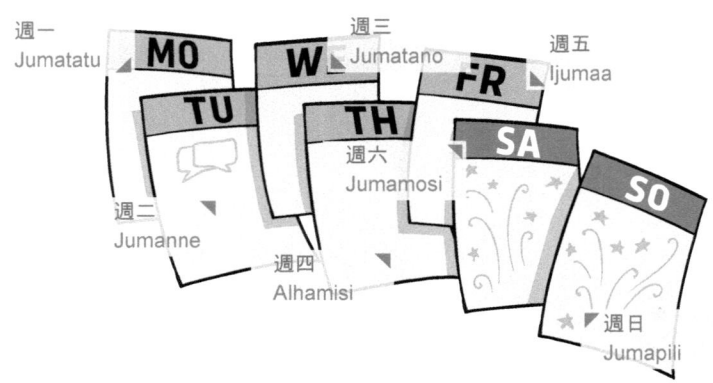

週一 Jumatatu
週二 Jumanne
週三 Jumatano
週四 Alhamisi
週五 Ijumaa
週六 Jumamosi
週日 Jumapili

昨天

jana

今天

leo

明天

kesho

早晨

asubuhi

中午

saa sita mchana

晚上

jioni

工作日

siku za biashara

週末

mwishoni mwa wiki

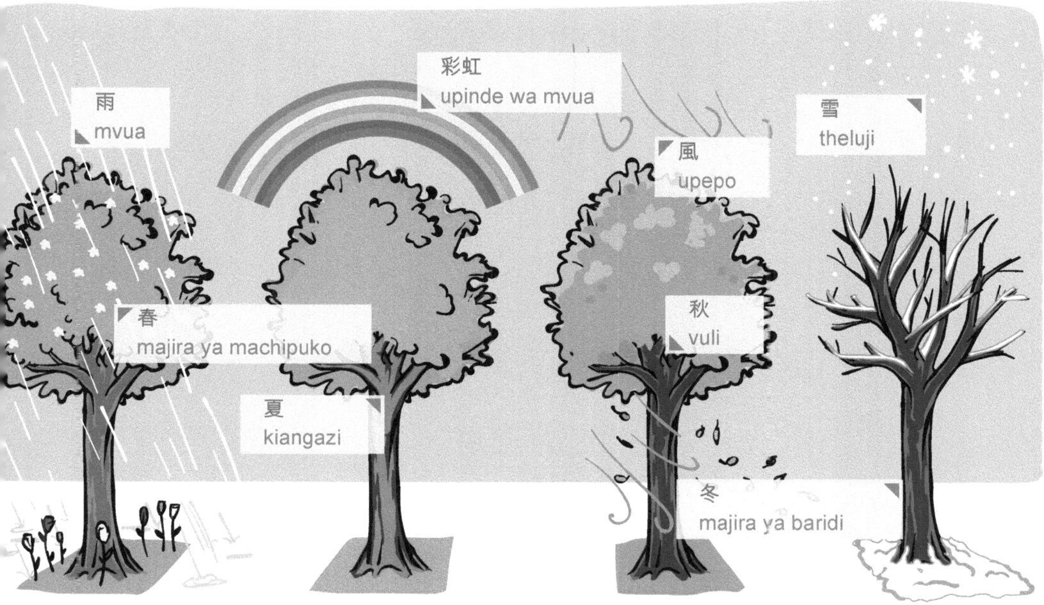

雨
mvua
彩虹
upinde wa mvua
雪
theluji
風
upepo
春
majira ya machipuko
秋
vuli
夏
kiangazi
冬
majira ya baridi

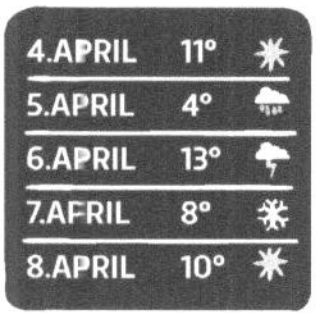

4.APRIL 11°
5.APRIL 4°
6.APRIL 13°
7.AFRIL 8°
8.APRIL 10°

天氣預告

utabiri wa hali ya hewa

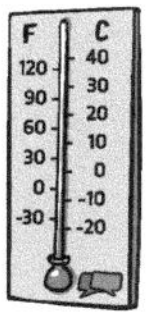

F C
120 40
90 30
60 20
30 10
0 0
-30 -10
-20

溫度計

kipimajoto

陽光

mwanga wa jua

雲

wingu

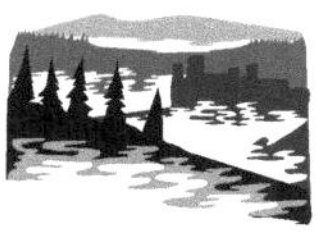

霧

ukungu

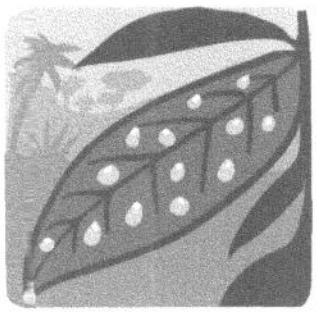

潮濕

unyevu

閃電

umeme

打雷

radi

風暴

dhoruba

冰雹

mvua ya mawe

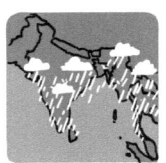

季風

monsuni

洪水

mafuriko

冰

barafu

一月

Januari

二月

Februari

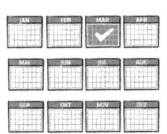

三月

Machi

四月

Aprili

五月

Mei

六月

Juni

七月

Julai

八月

Agosti

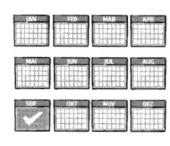

九月
....
Septemba

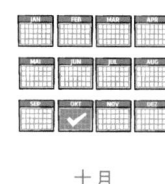

十月
....
Oktoba

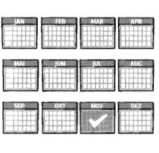

十一月
....
Novemba

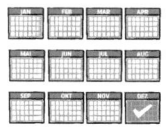

十二月
....
Desemba

形狀

maumbo

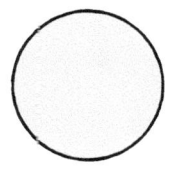

圓形
....
mduara

正方形
....
mraba

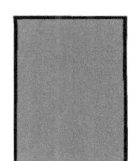

長方形
....
mstatili

三角形
....
pembetatu

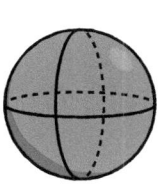

球體
....
nyanja

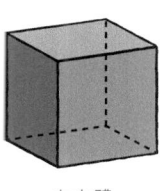

立方體
....
mchemraba

白
....
nyeupe

黃
....
manjano

橙
....
chungwa

粉
....
rangi ya waridi

紅
....
nyekundu

紫
....
hudhurungi

藍
....
bluu

綠
....
kijani

棕
....
hanja

灰
....
jivujivu

黑
....
nyeusi

很多/少許

mengi / kidogo

生氣/平靜

hasira / pole

美/醜

nzuri / mbaya

首/尾

mwɛnzo / mwisho

大/小

kubwa / ndogo

明/暗

angavu / giza

兄弟/姐妹

kaka / dada

乾淨/骯髒

safi / chafu

完整/缺失

kamilika / tokamilika

白天/晚上

siku / usiku

死/生

wafu / hai

寬/窄

pana / nyembamba

可食用/非食用

kulika / kutolika

邪惡/善良

ovu / ema

興奮/無聊

sisimkwa / udhika

胖/瘦

nene / nyembamba

第一/最後

kwanza / mwisho

朋友/敵人

rafiki / adui

滿/空

jaa / tupu

硬/軟

ngumu / laini

重/輕

nzito / nyepesi

餓/渴

njaa / kiu

生病/健康

mgonjwa / mwenye afya

非法/合法

haramu / kisheria

聰明/愚笨

akili / kijinga

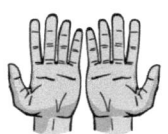

左/右

kushoto / kulia

近/遠

karibu / mbali

新/舊

mpya / kutumika

沒有/有些

kitu / jambo

老/幼

zee / changa

開/關

waka / zima

打開/闔上

wazi / fungwa

安靜/吵鬧

utulivu / kelele

富/窮

tajiri / masikini

對/錯

sahihi / kosa

粗糙/光滑

mbaya / laini

傷心/高興

huzunika / furahia

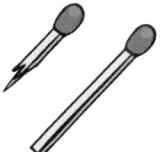

短/長

fupi /ndefu

慢/快

polepole / haraka

濕/乾

nyevu / kavu

溫暖/涼爽

joto / baridi

戰爭/和平

vita / amani

0

零
....

sufuri

1

一
....

moja

2

二
....

mbili

3

三
....

tatu

4

四
....

nne

5

五
....

tano

6

六
....

sita

7

七
....

saba

8

八
....

nane

9

九
....

tisa

10

十
....

kumi

11

十一
....

kumi na moja

12

十二

kumi na mbili

13

十三

kumi na tatu

14

十四

kumi na nne

15

十五

kumi na tano

16

十六

kumi na sita

17

十七

kumi na saba

18

十八

kumi na nane

19

十九

kumi na tisa

20

二十

ishirini

100

百

mia

1.000

千

elfu

1.000.000

百萬

milioni

英語

Kiingereza

美式英語

Kiingereza cha Marekani

普通話

Kimandarini cha Uchina

印地語

Kihindi

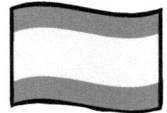

西班牙語

Kihispania

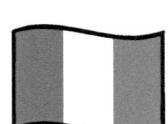

法語

Kifaransa

阿拉伯語

Kiarabu

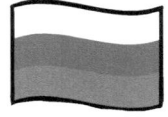

俄語

Kirusi

葡萄牙語

Kireno

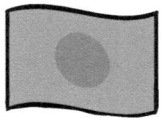

孟加拉語

Kibengali

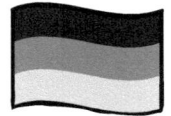

德語

Kijerumani

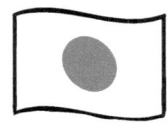

日語

Kijapani

我

mimi

你

wewe

他/她/它

yeye / yeye / ni

我們

sisi

你們

wewe

他們

wao

誰？

nani?

什麼？

nini?

如何？

jinsi gani?

何處？

wapi?

何時？

lini?

名字

jina

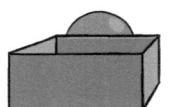

後面

nyuma

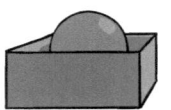

裡面

katika

前面

mbele ya

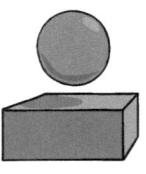

上方

juu ya

上面

kwenye

下麵

chini ya

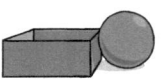

旁邊

kando

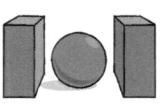

中間

kati

地點

mahali